피무쌤의 생생 365 태국어 동사

เรียนภาษาไทย365วันกับครูพี่หมู

오르비타

피무쌤의 생생 365 태국어 동사

초판 2쇄 인쇄 2022년 9월 20일
초판 2쇄 발행 2022년 9월 30일

지은이 피무
펴낸이 서덕일
펴낸곳 오르비타

출판등록 2014. 11. 17 (제2014-66호)
주소 경기도 파주시 회동길 366 3층 (10881)
전화 (02) 499-1281~2
팩스 (02) 499-1283

전자우편 info@moonyelim.com
홈페이지 www.moonyelim.com

ISBN 979-11-974330-1-6(03730)
값 13,500원

머리말

태국어는 단어가 중요합니다

태국어에는 격조사가 없이 단어의 위치 즉, 어순에 따라 다양한 문장을 구성할 수 있으며 어조사가 발달되어 있는 관계로 문장성분의 뼈대라고 할 수 있는 단어를 잘 갖추어 놓아야 문법에 해당하는 살을 붙였을 때 더욱 실력이 향상될 수 있는 장점이 있습니다.

단어 학습에도 우선 순위를 두세요

실제 생활에서 가장 자주 쓰이는 동사들로 구성하여 불교용어, 왕실용어 등이 일상언어와 구분되어 있는 태국어의 특성을 고려했을 때 아무 단어나 무턱대고 외우는 것보다 효율적인 단어학습이 가능하므로, 기초단계 학습자들에게 보다 유익합니다.

동사들만 잘 연결해도 대화가 됩니다

생활에서 주로 쓰이는 단어들 중 상당한 부분을 차지하는 품사인 동사(조동사,부동사 포함)를 어순에 알맞게 배치해서 연결하기만 해도 태국어 회화를 능숙하게 구사할 수 있는 장점(이하 연결동사구문)이 있기 때문에 동사들을 학습하면서 연결동사구문을 익힌다면 빠른 학습효과가 있을 것입니다.

따라 쓰면서 공부해보세요

우리 인간의 뇌의 중추신경 중 약 3분의 1에 해당하는 30%정도가 손의 움직임에 의해 반응하는 것으로 알려져 있으며, 따라 쓰는 과정을 통해 학습하는 것이 눈으로만 읽으며 학습하는 것보다 효과적인 만큼, 원어민의 음성을 들으면서 써 가는 과정을 반복하시기 바랍니다.

번거롭고 힘든 작업임에도 불구하고 교재에 수록된 모든 단어의 음성을 녹음해 주신 태국 원어민 친구 **ออมสิน**(엄씬)님께 감사드립니다.

차례

머리말 3

이 책은 이렇게 하세요 6

우선순위 1~25
연결동사 / 합성어 만들어 보기 8

우선순위 26~50
연결동사 / 합성어 만들어 보기 14

우선순위 51~75
연결동사 / 합성어 만들어 보기 20

우선순위 76~100
연결동사 / 합성어 만들어 보기 26

우선순위 101~125
연결동사 / 합성어 만들어 보기 32

우선순위 126~150
연결동사 / 합성어 만들어 보기 38

우선순위 151~175
연결동사 / 합성어 만들어 보기 44

우선순위 176~200
연결동사 / 합성어 만들어 보기 50

우선순위
201~225
연결동사 / 합성어 만들어 보기 56

우선순위
226~250
연결동사 / 합성어 만들어 보기 62

우선순위
251~275
연결동사 / 합성어 만들어 보기 68

우선순위
276~300
연결동사 / 합성어 만들어 보기 74

우선순위
301~325
연결동사 / 합성어 만들어 보기 80

우선순위
326~350
연결동사 / 합성어 만들어 보기 86

우선순위
351~365
연결동사 / 합성어 만들어 보기 91

색인 및 복습 95

이 책은 이렇게 하세요

학습한 날짜를 적으세요

해당 페이지의 단어를 학습한 날짜를 페이지 우측 상단 날짜 표기란에 적으세요. 적당한 양의 단어들을 꾸준하게 학습하는 것이 태국어 학습에 보다 효과적입니다.

우선순위로 공부하세요

단어의 상단에 적혀 있는 번호는 주요 기본 동사의 우선순위를 나타내며 필수동사를 우선적으로 구성하였으므로 학습 시 번호도 함께 확인하면서 학습하세요.

원어민의 음성으로 연습하고 학습한 단어를 확인해보세요

원어민 발음 강의

에피소드에 수록된 회화문을 직접 쓰면서 연습할 수 있는 <쓰기연습>란을 별도로 구성하였습니다.
(저작권 등록번호 : c2018050681)

피무쌤의 생생 365 태국어 동사

DAY 1 월 일

1 เป็น เป็น เป็น

[뻰] ~이다(귀속, 직업), 되다, (병 등에) 걸리다 / (동사 + เป็น) ~할 수 있다 (할 줄 안다)

2 คือ คือ คือ

[크-] ~이다 (정의, 지시, 나열)

3 ทำ ทำ ทำ

[탐] 하다, 만들다

4 ไป ไป ไป

[빠이] 가다

5 มา มา มา

[마-] 오다

활용 예문

- **ไปทำมา** 가서 하고 오다

6 ได้ ได้ ได้

[다^-이] 얻다 (획득하다) / (동사 + ได้) ~할 수 있다 / (ได้+동사) ~하게 되다 (했다) / 그렇다 (대답)

7 อยาก อยาก อยาก

[야̀y-ㄱ] (อยาก + 동사) ~하고 싶다, 원하다

8 ต้องการ ต้องการ ต้องการ

[떵^까-ㄴ] (ต้องการ + 명사/동사) ~을 원하다

9 จะ จะ จะ

[짜̀] (จะ + 동사) ~할 것이다

10 กิน กิน กิน

[낀] 먹다 (ทาน : 드시다)

활용 예문

- อยากได้ 갖고 싶다

11 ใช่ ใช่ ใช่

[차̂-이] 맞다, 그렇다

12 ไม่ ไม่ ไม่

[마̂이] (ไม่+동사/형용사) ~이(가) 아니다

13 ไม่ใช่ ไม่ใช่ ไม่ใช่

[마̂이차̂-이] (ไม่ใช่+명사) ~이(가) 아니다(เป็น이나 คือ의 부정)

14 ชอบ ชอบ ชอบ

[처̂-ㅂ] (ชอบ+동사/명사) ~(하는 것)을 좋아하다

15 เล่น เล่น เล่น

[렌̂] 놀다, 연주하다

활용 예문

- **ไม่ชอบเล่น** 노는 것을 좋아하지 않는다

DAY 4 월 일

16 ดู ดู ดู

[두-] 보다, 보이다 / 봤더니~하다.

17 เห็น เห็น เห็น

[헨] 보이다 (지각동사), 보다

18 มอง มอง มอง

[머-ㅇ] 바라보다, 주시(응시)하다

19 ฟัง ฟัง ฟัง

[퐝f] 듣다

20 ได้ยิน ได้ยิน ได้ยิน

[다이인y] (소리 등이) 들리다 (지각동사)

활용 예문

- **มองไม่เห็น** 보이지 않다.

21 พูด พูด พูด

[푸^-ㄷ] 말하다 (speak)

22 บอก บอก บอก

[버\-ㄱ] 말하다 (tell)

23 เล่า เล่า เล่า

[라^오] 말하다, 낭독하다 cf) 동음동성이형어 **เหล้า** [라오(2단)] 술

24 ไม่ได้ ไม่ได้ ไม่ได้

[마^이다^-이] (동사+**ไม่ได้**) ~할 수 없다(하면 안된다) / (**ไม่ได้**+동사) ~하지 않았다(못했다)

25 ว่า ว่า ว่า

[와^-] 말하다, 야단치다 / (동사+ว่า+A) A라고 동사하다

활용 예문

- **พูดว่า** ~라고 말하다

DAY 6 월 일

연결동사 / 합성어 만들어 보기

예 가서 먹다

ไปกิน

① 먹을 것이다.

② 놀지 않을 것이다.

③ 들리지 않는다.

④ 듣지 않을 것이다.

⑤ 먹을 수 있다. (먹어도 된다.)

⑥ 노는 것을 좋아한다.

⑦ (영화 등) 보고 싶다.

⑧ 갔다 오다.

⑨ 와서 놀다.

⑩ 갈 수 없다.

모범답안

① จะกิน ② จะไม่เล่น ③ ไม่ได้ยิน ④ จะไม่ฟัง ⑤ กินได้

⑥ ชอบเล่น ⑦ อยากดู ⑧ ไปมา ⑨ มาเล่น ⑩ ไปไม่ได้

DAY 7 월 일

26 นอน นอน นอน

[너-ㄴ] 눕다, 자다

27 หลับ หลับ หลับ

[랍] 자다, (눈) 감다

28 ฝัน ฝัน ฝัน

[퐌f] 꿈꾸다/꿈

29 ง่วง ง่วง ง่วง

[응우-엉] 졸립다

30 รู้สึก รู้สึก รู้สึก

[루r-쓱] 느끼다 (~인 것 같다)

활용 예문

- **รู้สึกง่วงนอน** 졸립다 (졸린 것을 느낀다)

31 รู้ รู้ รู้

[루́r-] (지식 등) 알다, (할 줄)안다.

32 รู้จัก รู้จัก รู้จัก

[루́r-짝̀] (물건, 장소, 사람 등) 알다.

33 พบ พบ พบ

[폽́] 만나다. (문어체)

34 เจอ เจอ เจอ

[쯔̄ㅓ-] 만나다. (구어체)

35 เคย เคย เคย

[크̄ㅓ-이] ~한 적이 있다. (경험)

활용 예문

- **เคยเจอ** 만난 적이 있다

36 กำลัง กำลัง กำลัง

[깜랑] (กำลัง +동사) ~하는 중이다 / 힘(power)

37 อยู่ อยู่ อยู่

[유y-] (존재) 있다, 살다 / (동사+อยู่) ~하는 중이다

38 เรียน เรียน เรียน

[리r-얀] 공부하다, 배우다 / (편지) 귀하

39 สอน สอน สอน

[써-ㄴ] 가르치다

40 สอบ สอบ สอบ

[써-ㅂ] 시험보다. / 조사(심문)하다

활용 예문

- **กำลังเรียนอยู่** 공부하고 있는 중이다

DAY 10 월 일

41 แล้ว แล้ว แล้ว

[래́-우] (동사+แล้ว) (완료조동사) / (แล้ว ~) 그런데~(그럼~) / (A+แล้ว+B) A 하고나서 B

42 สาย สาย สาย

[싸̌-이] 늦다 / 선, (교통)노선, 줄, (강)줄기, 혈통

43 ใส่ ใส่ ใส่

[싸̀이] (요리) 넣다, 첨가하다, (옷)입다, (신발)신다 <구어체>

44 สวม สวม สวม

[쑤̌-웜] (옷)입다, (모자)쓰다, (목걸이)하다 <문어체>

45 นุ่ง นุ่ง นุ่ง

[눙̂] (바지, 치마 등 주로 하의) 입다

활용 예문

- **สายแล้ว** (이미) 늦었다 (지각했다)

DAY 11 월 일

46 ลืม ลืม ลืม

[르-ㅁ] (기억 따위를) 잊다, 잊어버리다, (눈을)뜨다

47 จำ จำ จำ

[짬] 기억하다, 감금하다

48 จาม จาม จาม

[짜-ㅁ] 재채기하다, 내리치다

49 หา หา หา

[하-] 찾다, 방문하다

50 หาย หาย หาย

[하-이] (명사+หาย)(물건 등)없어지다 / (หาย+증상 등) (증상 등)이 사라지다(회복하다)

활용 예문

- **ลืมไปหา** 공가서 찾는 (찾아뵙는, 방문하는) 것을 잊다

연결동사 / 합성어 만들어 보기

㊎ 가르치는 중이다.

สอนอยู่

① 잊었다. (깜박했다)

② 늦게 오지 않을 것이다.

③ 느껴본 적이 있다.

④ 말하는 중이다.

⑤ 잊지 않을 것이다.

⑥ 공부해본 적이 없다.

⑦ 시험 보러 갈 것이다.

⑧ 시험 보고 오다.

⑨ 가르쳐주는 것을 좋아한다.

⑩ 살아본 적이 있다.

모범답안

① ลืมแล้ว ② จะไม่มาสาย ③ เคยรู้สึก ④ กำลังพูดอยู่ ⑤ จะไม่ลืม

⑥ ไม่เคยเรียน ⑦ จะไปสอบ ⑧ ไปสอบมา ⑨ ชอบสอน ⑩ เคยอยู่

DAY 13 월 일

51 คิด คิด คิด

[킨] 생각하다, 계산하다

52 ถึง ถึง ถึง

[틍] 도착하다, ~에 이르다 / (시간, 장소) ~까지 / (ถึง +주어+동사) 비록~일지라도

53 เข้าใจ เข้าใจ เข้าใจ

[카오짜이] 이해하다

54 รู้เรื่อง รู้เรื่อง รู้เรื่อง

[루r-르r-앙] 알아듣다

55 ผิด ผิด ผิด

[핃] 틀리다, 잘못하다

활용 예문

- **เข้าใจผิด** 오해하다

56 ต้อง ต้อง ต้อง

[떵̂] (ต้อง +동사) (강한의무)~해야 한다, 적중하다, 만지다

57 ควร ควร ควร

[쿠̄-원] (약한의무) ~해야 한다, 마땅하다

58 มี มี มี

[미̄-] (소유) 있다, 가지다

59 ใช้ ใช้ ใช้

[차́-이] 사용하다 / (법률) 반포(공포)하다, (채무) 상환하다

60 คืน คืน คืน

[크̄-ㄴ] 돌려주다, 반환(반납)하다 / (시간) 밤, 야간

활용 예문

- **ต้องใช้** 사용해야(써야) 한다

61 ทำงาน ทำงาน ทำงาน

[탐응아-ㄴ] 일하다, 근무하다

62 เริ่ม เริ่ม เริ่ม

[르ㅓr-ㅁ] 시작하다

63 เสร็จ เสร็จ เสร็จ

[쎋] (주로 명사/동사 +เสร็จ) (일시적) 끝나다, 끝내다

64 สำเร็จ สำเร็จ สำเร็จ

[쌈렏] 완성하다, 성공하다

65 เลิก เลิก เลิก

[르ㅓ-ㄱ] (เลิก+명사) (일과 등) 마치다, 끝내다

활용 예문

- **เริ่มทำงาน** 일을(근무를) 시작하다

66 จบ จบ จบ

[쫍] (주로 명사/동사 +จบ) (종국적) 끝나다, 마무리 되다

67 พยัก พยัก พยัก

[파약y] (고개를) 끄덕이다, 까딱까딱하다

68 ลอง ลอง ลอง

[러-ㅇ] 시도하다, 시험하다, 해보다 / (건물의) 토대, 초석

69 ชิม ชิม ชิม

[침] 맛보다, 시식하다

70 ดื่ม ดื่ม ดื่ม

[드-ㅁ] 마시다

활용 예문

- **ลองชิม** 맛보다

71 เดิน เดิน เดิน

[드ㅓ-ㄴ] 걷다, 작동하다

72 วิ่ง วิ่ง วิ่ง

[윙] 뛰다, 달리다

73 หนี หนี หนี

[니-] 도망치다, 피하다

74 ตก ตก ตก

[똑] 떨어지다, 빠지다, (눈이나 비) 내리다, (해, 달) 지다

75 จม จม จม

[쫌] (물에) 잠기다, 가라앉다

활용 예문

- **วิ่งหนี** 도망치다, 달아나다, 도주하다

DAY 18 월 일

연결동사 / 합성어 만들어 보기

㊎ 잠이 들다.

นอนหลับ

① 그립다. (생각이 도달하다)

② 알아 듣지 못하다.

③ 마셔 보다.

④ 달리는 것을 좋아하다.

⑤ 사용하고 싶다.

⑥ 시험이 끝나다.

⑦ 사용하기 시작하다.

⑧ 가서 한번 만나(찾아)보다.

⑨ (이미) 끝냈다, 마쳤다.

⑩ 생각해야 한다.

모범답안

① คิดถึง ② ไม่รู้เรื่อง ③ ลองดื่ม ④ ชอบวิ่ง ⑤ อยากใช้

⑥ สอบเสร็จ ⑦ เริ่มใช้ ⑧ ลองไปหาดู ⑨ เสร็จแล้ว ⑩ ต้องคิด

76 อ่าน อ่าน อ่าน

[아-ㄴ] 읽다

77 เขียน เขียน เขียน

[키-얀] 쓰다 (적다)

78 จด จด จด

[쫃] (간단한 메모 등) 기록하다

79 ตาม ตาม ตาม

[따-ㅁ] 따라가거나 따라오다, 부르다 / (동사+ตาม) ~을 따라하다

80 เรียก เรียก เรียก

[리r-약] 부르다, 소리치다, 요구하다

활용 예문

- **เขียนตาม** 따라쓰다.

DAY 20 월 일

81 ถาม ถาม ถาม

[타ˇ-ㅁ] 질문하다, 묻다

82 ตอบ ตอบ ตอบ

[떠ˋ-ㅂ] 대답하다, 보답하다

83 ก้าว ก้าว ก้าว

[까ˆ-우] (걸음을) 걷다 / 걸음

84 สงสัย สงสัย สงสัย

[쏭ˇ싸ˇ이] 의심하다, 궁금하다

85 สนใจ สนใจ สนใจ

[쏜ˇ짜ˉ이] 관심있다

활용 예문

- **ถามตอบ** 묻고 답하다

86 ร้อง ร้อง ร้อง

[러́r-ㅇ] (노래 등) 부르다, 울다, 청구하다

87 รอ รอ รอ

[러̄r-] 기다리다 <구어체>

88 คอย คอย คอย

[커̄-이] 기다리다 <문어체>

89 พัก พัก พัก

[팍́] 휴식하다, 쉬다

90 ผ่อน ผ่อน ผ่อน

[펀̀] (긴장을) 풀다, 완화하다 / 분할(할부)로 지불하다

활용 예문

- **พักผ่อน** 휴양하다

DAY 22 월 일

91 นั่ง นั่ง นั่ง

[낭] 앉다

92 ยืน ยืน ยืน

[이으y-ㄴ] 서다, 오래되다

93 ยื่น ยื่น ยื่น

[이으y-ㄴ] 제출하다, 건네다

94 ยืม ยืม ยืม

[이으y-ㅁ] 빌리다, 꾸다

95 ทำอาหาร ทำอาหาร ทำอาหาร

[탐아-하-ㄴ] 요리하다

활용 예문

- **ยืนทำอาหาร** 서서 요리하다

96 เกิด เกิด เกิด

[끄̀ㅓ-ㄷ] 태어나다 / (일, 사건) 발생하다, 일어나다

97 กำเนิด กำเนิด กำเนิด

[깜느̀ㅓ-ㄷ] 출생하다, 태어나다 / 출신, 선천, 기원

98 กัน กัน กัน

[깐] 막다, 예방(방어)하다 / 서로 (2이상)

99 กำนัน กำนัน กำนัน

[깜난] 방어하다 / 면장, 동장, 감독자

100 ป้อง ป้อง ป้อง

[뻥] (손으로) 가리다, 막다

활용 예문

- **ป้องกัน** 방어하다, 보호하다

DAY 24 월 일

연결동사 / 합성어 만들어 보기

예 앉아서 기다리다.

นั่งรอ

① ~라고 부르다.

② 요구(요청)하다.

③ 서서 기다리는 중이다.

④ 관심있었던 적이 없다.

⑤ 읽고 싶다.

⑥ ~라고 의심되다.

⑦ 앉아서(타고) 가다.

⑧ (이미) 제출했다.

⑨ 질문하고(물어보고) 싶다.

⑩ 대답하고 싶지 않다.

모범답안

① เรียกว่า ② เรียกร้อง ③ ยืนรออยู่ ④ ไม่เคยสนใจ ⑤ อยากอ่าน

⑥ สงสัยว่า ⑦ นั่งไป ⑧ ยื่นแล้ว ⑨ อยากถาม ⑩ ไม่อยากตอบ

DAY 25 월 일

101 ห้าม ห้าม ห้าม

[하^-ㅁ] 금지하다 (강한 금지)

102 อย่า อย่า อย่า

[야`y-] ~하지 마라, ~하면 안된다 (약한 금지)

103 ถ่าย ถ่าย ถ่าย

[타`-이] (사진,영화) 찍다, 촬영하다 / 배설하다 / (뉴스 등) 중계하다

104 หยุด หยุด หยุด

[윧`y] 멈추다, 정지하다 / 쉬다

105 จอด จอด จอด

[쩌`-ㄷ] 주차하다

활용 예문

- **ห้ามจอด** 주차금지

106 ซื้อ ซื้อ ซื้อ

/
[쓰-] 사다, 구매하다

107 ขาย ขาย ขาย

v
[카-이] 팔다.

108 พัง พัง พัง

—
[팡] 붕괴하다, 무너지다

109 เสีย เสีย เสีย

v
[씨-야] 고장나다, 상하다, 사망하다, 낭비하다, (세금,벌금 등) 납부하다 / ~해 버리다

110 ซ่อม ซ่อม ซ่อม

^
[썸] 수리하다, 고치다

활용 예문

- **ซื้อขาย** 매매(교역)하다 (사고 팔다)

111 ให้ ให้ ให้

[하^이] (ให้+명사) ~을 주다 / (주어1+ให้+주어2+동사) 주어1이 주어2에게 동사하게 하다 / ~에게

112 ขับ ขับ ขับ

[캅] (자동차, 기차 등) 운전(조종)하다, 몰아내다

113 ขี่ ขี่ ขี่

[키-] (오토바이, 자전거, 코끼리, 말 등) 운전하다 (몰다)

114 ขึ้น ขึ้น ขึ้น

[큰^] (교통수단) 타다, 오르다, 올라가다. / (동/형/부사+ขึ้น) ~해지다 (증가)

115 ลง ลง ลง

[롱] (교통수단) 내리다, 내려가다, 게재(포스팅)하다 / (동/형/부사+ลง) ~해지다 (감소)

활용 예문

- **ให้ขับ** (자동차를) 운전 시키다 (운전을 하게하다)

DAY 28 월 일

116 ขอ ขอ ขอ

[커ˇ-] 요구(부탁)하다 / (ขอ+동사/명사+หน่อย) (명사) 주세요, ~해 주세요

117 เอา เอา เอา

[아오] 가지다, 소지하다 / (เอา+사물+ไป/มา) ~을 가지고 가다 (오다)

118 พา พา พา

[파-] 거느리다, 이끌다 / (พา+사람+ไป/มา) ~을 데리(모시)고 가다 (오다)

119 สั่ง สั่ง สั่ง

[쌍] 주문하다, (심부름 따위) 시키다, 코를 풀다

120 เลี้ยง เลี้ยง เลี้ยง

[리-양] 돌보다, 기르(키우)다, 대접하다

활용 예문

- **เอามา** 가지고 오다

121 จ่าย จ่าย จ่าย

[짜-이] 지불하다 (내다)

122 ฉาย ฉาย ฉาย

[차-이] 비추다, (영화) 상영(방영)하다 / 그림자

123 เช่า เช่า เช่า

[차오] 임차하다, 빌려쓰다

124 นัด นัด นัด

[낟] 약속하다 (구어체) / 약속 / (수량사)(총알) 발, 회, 차

125 สัญญา สัญญา สัญญา

[싼야y-] 계약(약속)하다 / 계약, 협정, 약정

활용 예문

- **สัญญาเช่า** (임차 등) 계약하다

DAY 30 월 일

연결동사 / 합성어 만들어 보기

㉮ 그만 듣다.

หยุดฟัง

① 데리고 오다.

② 촬영 금지

③ 운전 중이다

④ (이미) 계산(지불)했다.

⑤ 가서 사 오다.

⑥ 사 가서 먹다.

⑦ 와서 사 먹다.

⑧ 고칠 수 있다.

⑨ 고칠 수 없다.

⑩ 가서 가지고 오다.

모범답안

① พามา ② ห้ามถ่าย ③ กำลังขับอยู่ ④ จ่ายแล้ว ⑤ ไปซื้อมา

⑥ ซื้อไปกิน ⑦ มาซื้อกิน ⑧ ซ่อมได้ ⑨ ซ่อมไม่ได้ ⑩ ไปเอามา

DAY 31 월 일

126 เชิญ เชิญ เชิญ

[츠ㅓ-ㄴ] 청하다, 초청하다 / (เชิญ+동사) ~하세요

127 ชวน ชวน ชวน

[추-원] 권(유)하다, 설득하다

128 ช่วย ช่วย ช่วย

[추-워이] 돕다, 도와주다 / (ช่วย+동사+ให้หน่อย) ~해 주세요

129 เข้า เข้า เข้า

[카오] 들어가다, 참가하다, 어울리다 / (방향동사) 재촉할 때

130 ออก ออก ออก

[어-ㄱ] 나가(오)다, (기차,비행기 등) 출발하다, (꽃이) 피다, 돋다

활용 예문

- **เชิญเข้ามา** (어서)들어오세요

131 ส่ง ส่ง ส่ง

[쏭] 보내다

132 รับ รับ รับ

[랍r] 받다 / 먹다 (**รับประทาน**[랍r쁘라r타-ㄴ]의 약어)

133 วาง วาง วาง

[와-ㅇ] (들고 있던 것을) 내려놓다, 설치하다

134 ติด ติด ติด

[띧] 붙이다(붙다), 달다, 설치하다, 전염되다, 중독되다

135 ไว้ ไว้ ไว้

[와이] (동사+**ไว้**) ~해 두다, 방치하다

활용 예문

- **วางไว้** 놓아두다

136 ถือ ถือ ถือ

[트̌-] (손으로)잡다, 들다, 믿다, 간주하다

137 ยก ยก ยก

[ý욕y] (무거운 것 등) 들어 올리다, 인용하다, 취소하다

138 หิ้ว หิ้ว หิ้ว

[히̂우] (양손을 펼친 채) 들다, (가볍게) 들다

139 หยิบ หยิบ หยิบ

[잎̀y] (집어)들다, (가볍게) 집다

140 หยิก หยิก หยิก

[익̀y] 꼬집다, 비틀어 꼬다, (머리카락이) 곱슬곱슬하다

활용 예문

- **หยิบขึ้น** (바닥에 떨어진 것 등)집어 들다

141 หิว หิว หิว

[히우] 배고프다, 굶주리다

142 อิ่ม อิ่ม อิ่ม

[임] 배부르다, 가득차다

143 อึดอัด อึดอัด อึดอัด

[읃앋] 숨막히다, 답답하다

144 อดทน อดทน อดทน

[옫톤] 참다, 인내하다

145 ย่อย ย่อย ย่อย

[여y이] 소화하다, 작다

활용 예문

- **อดทนหิว** 배고픈 것을 참다

146 ข้าม ข้าม ข้าม

[카^-ㅁ] (반대편으로) 건너다, 넘다

147 กลับ กลับ กลับ

[끌랍] 돌아가(오)다, (반대로) 뒤집다.

148 บิน บิน บิน

[빈] 날다, 비행하다

149 ผ่าน ผ่าน ผ่าน

[파-ㄴ] (길, 시간) 지나다, 통과하다, 건너다, (시험) 합격하다

150 เลย เลย เลย

[르ㅓ-이] (시간, 장소) 지나치다, 초과하다 / (동사+เลย) 동사강조 / (선행절, เลย+동사) 그래서

활용 예문

- **บินกลับ** (항공편으로) 돌아오(가)다

DAY 36 월 일

연결동사 / 합성어 만들어 보기

㉮ 보내주세요.

ช่วยส่ง

① (안으로) 들어 가세요.

② 먹으러 가자고 하다.

③ 붙여 두다.

④ (떨어져 있는 것을) 줍지 말아라.

⑤ 가서 보내고 오다.

⑥ 와서 받다.

⑦ 도와(주어)야 한다.

⑧ 소화가 안 된다.

⑨ 전혀 배고프지 않다.

⑩ (이미) 배가 부르다.

모범답안

① เชิญเข้าไป ② ชวนไปกิน ③ ติดไว้ ④ อย่าหยิบ ⑤ ไปส่งมา

⑥ มารับ ⑦ ต้องช่วย ⑧ ไม่ย่อย ⑨ ไม่หิวเลย ⑩ อิ่มแล้ว

151 เปิด เปิด เปิด

[쁘ㅓ-ㄷ] 열다, 열리다, (가전제품, 불 등) 켜다, 공개하다

152 ปิด ปิด ปิด

[삗] 닫다, 닫히다, 막다, (가전제품, 불 등) 끄다

153 ดึง ดึง ดึง

[등] 당기다

154 ผลัก ผลัก ผลัก

[플락] 밀다

155 เผย เผย เผย

[프ㅓ-이] 공개 (게시, 폭로)하다

활용 예문

- **เปิดเผย** 공개(공포)하다.

DAY 38 월 일

156 โดน โดน โดน

[도-ㄴ] 부딪히다, 적중하다 / (โดน+동사) ~당하다

157 ถูก ถูก ถูก

[투-ㄱ] 적중하다. (맞다) / (가격)싸다 / (주어1+ถูก+주어2+동사) 주어1이 주어2에게 ~당하다

158 จับ จับ จับ

[짭] (손)잡다, 체포하다

159 ทิ้ง ทิ้ง ทิ้ง

[팅] 버리다, (편지등)부치다, 포기하다 / (ทิ้ง+명사+ไว้) ~을 남겨두다

160 ด่า ด่า ด่า

[다-] 꾸짖다, 욕하다

활용 예문

- **โดนด่า** 욕을 먹다, 혼나다.

161 ดม ดม ดม

[돔] 냄새를 맡다, 들이쉬다, 흡입하다

162 ได้กลิ่น ได้กลิ่น ได้กลิ่น

[다이끌린] (지각동사) 냄새가 나다, 냄새를 맡다. / (단서 등) 눈치채다

163 หอม หอม หอม

[허-ㅁ] (볼 등에) 입을 살짝 맞추다. / 향기롭다

164 เหม็น เหม็น เหม็น

[멘] 나쁜(고약한, 역겨운, 구린) 냄새가 나다

165 อาย อาย อาย

[아-이] 수줍어 하다, 창피(수치)스럽다 / 냄새

활용 예문

- **ได้กลิ่นหอม** 향기로운 냄새가 나다

DAY 40 월 일

166 ฝึก ฝึก ฝึก

[픅f] 수련(훈련,연습)하다

167 หัด หัด หัด

[핟] 연습(훈련)하다, 배우다 / (의학)홍역

168 ปั่น ปั่น ปั่น

[빤] 회전하다 (시키다), (자전거 패달 등) 굴리다, 실을뽑다, 서둘러 일을 끝내다

169 เป่า เป่า เป่า

[빠오] (입으로 피리, 나팔 등) 불다, (머리 등 드라이어를 사용해) 말리다

170 พยายาม พยายาม พยายาม

[파야y-야y-ㅁ] 노력(시도)하다 / 노력

활용 예문

- **พยายามฝึกหัด** 연습하려 애쓰다 (노력하다)

171 ทะเลาะ ทะเลาะ ทะเลาะ

[타ㄹ러] 말다툼 하다, 다투다

172 ชก ชก ชก

[촉] 주먹으로 때리다

173 ตี ตี ตี

[띠-] (주먹, 손바닥, 회초리 등으로) 때리다 / 새벽 (1시~5시까지)

174 เตะ เตะ เตะ

[떼] (발로) 차다.

175 ตื่น ตื่น ตื่น

[뜨-ㄴ] (잠, 마취, 술 등에서) 깨다

활용 예문

- **ตื่นตี 5** 새벽 5시에 일어나다 (깨다)

DAY 42 월 일

연결동사 / 합성어 만들어 보기

㉥ 버림받다

โดนทิ้ง

① 문을 열어 두다.

② 자려고 노력하다.

③ 말다툼 한 적이 있다.

④ 닫지 마라.

⑤ 버리지 마라.

⑥ 잡히다.

⑦ 당기지 마시오.

⑧ (이미) 열었다. (열렸다)

⑨ (이미) 닫았다. (닫혔다)

⑩ (발로) 차지 마!

모범답안

① เปิดไว้ ② พยายามนอน ③ เคยทะเลาะ ④ อย่าปิด ⑤ อย่าทิ้ง

⑥ โดน(ถูก)จับ ⑦ อย่าดึง ⑧ เปิดแล้ว ⑨ ปิดแล้ว ⑩ อย่าเตะ

176 ปลุก ปลุก ปลุก

[쁠룩] 깨우다, 일으키다, 눈뜨게하다

177 ลุก ลุก ลุก

[룩] 일어나다, 서다, (불길) 타오르다, 타다

178 อาบน้ำ อาบน้ำ อาบน้ำ

[아-ㅂ나-ㅁ] 샤워(목욕)하다

179 ปลูก ปลูก ปลูก

[쁠루-ㄱ] 심다, 재배하다, 건축하다

180 ขี้เกียจ ขี้เกียจ ขี้เกียจ

[키-끼-얏] 번질대다 / 게으르다

활용 예문

- **ขี้เกียจอาบน้ำ** 샤워하기 귀찮다

181 **รีบ** รีบ รีบ

[리r-ㅂ] 서두르다 / 급히

182 **ระบาด** ระบาด ระบาด

[라r바-ㄷ] (전염병 등이) 돌다, 유행하다, 분산(확산)하다

183 **เช็ด** เช็ด เช็ด

[첻] (걸레 등으로 문질러) 훔치다, 닦다, 문지르다

184 **ถู** ถู ถู

[투-] (바닥 등) 문지르다, 닦다

185 **ล้าง** ล้าง ล้าง

[라-ㅇ] (물로 손,얼굴 등) 씻다, 닦다, 세척하다

활용 예문

- **รีบเช็ด!** 빨리 닦아 (서둘러 닦다)

DAY 45 월 일

186 ซัก ซัก ซัก

[싹] 세탁하다 (빨다) / 심문(추궁)하다

187 ตาก ตาก ตาก

[따-ㄱ] (햇볕에) 말리다 (쬐다), (빨래 등) 널다, (눈, 비) 맞다

188 พับ พับ พับ

[팝] (빨래 등) 접다, 개다 / (분류사) (옷감) 필

189 รีด รีด รีด

[리r-ㄷ] 다림질하다, (소젖, 우유 등) 짜다

190 แห้ง แห้ง แห้ง

[해-ㅇ] 마르다, 건조하다 / 목이 쉬다

활용 예문

- **ซักแห้ง** 드라이크리닝을 하다

DAY 46 월 일

191 เจ็บ เจ็บ เจ็บ

[쩹] (물리적인 상처 등으로) 아프다

192 ปวด ปวด ปวด

[뿌-원] (통증 등으로) 아프다

193 เมื่อย เมื่อย เมื่อย

[므-어이] (근육이) 뻐근하다, 저리다, 쑤시다

194 เหนื่อย เหนื่อย เหนื่อย

[느-어이] 피곤하다, 지치다

195 นวด นวด นวด

[누-원] 마사지하다, (밀가루 등) 반죽하다 / 마사지

활용 예문

- **เจ็บปวด** 몹시 아프다, 고통스럽다

196 รัก รัก รัก

[락r] 사랑하다

197 ขาด ขาด ขาด

[카-ㄷ] 잘라지다, 결핍되다, 결석하다, 중단되다

198 ลงทุน ลงทุน ลงทุน

[롱툰] 투자하다

199 แต่งงาน แต่งงาน แต่งงาน

[땡응아-ㄴ] 결혼하다

200 หย่า หย่า หย่า

[야y-] 이혼하다 / (동음동성이형어) อย่า ~하지 마라 (약한 금지)

활용 예문

- **ขาดทุน** 밑지다 (손해보다)

연결동사 / 합성어 만들어 보기

㊀ 어서 깨워!

รีบปลุก

① 샤워하고 싶다.

② 빨래하는 중이다.

③ 투자해 보다.

④ 마사지를 해주다.

⑤ 이혼하지 마라.

⑥ 통증이 있는 것 같다.

⑦ 일어서다.

⑧ (이미) 말랐다.

⑨ 빼근하지 않다.

⑩ 서둘러 결혼하다.

모범답안

① อยากอาบน้ำ ② กำลังซักอยู่ ③ ลองลงทุน ④ นวดให้ ⑤ อย่าหย่า

⑥ รู้สึกปวด ⑦ ลุกขึ้น ⑧ แห้งแล้ว ⑨ ไม่เมื่อย ⑩ รีบแต่งงาน

201 กัด กัด กัด

[깓] (깨)물다

202 ฆ่า ฆ่า ฆ่า

[카-] 죽이다, 살해하다, 없애다

203 ชน ชน ชน

[촌] 부딪히다 / 사람 (무리)

204 โกหก โกหก โกหก

[꼬-혹] 거짓말하다

205 ขโมย ขโมย ขโมย

[카모-이] 훔치다 / 도둑

활용 예문

- **ขโมย ๆ** 도둑이야!

DAY 50 월 일

206 แกล้ง แกล้ง แกล้ง

[끌래̂-ㅇ] 괴롭히다, 일부러~하다, ~인 척하다

207 ตาย ตาย ตาย

[따̄-이] 죽다, 사망하다 / (기계 등의 기능이) 다하다 / (놀람 등의 감탄사) 세상에!

208 ยิ้ม ยิ้ม ยิ้ม

[임́y] (소리없이) 미소짓다, 웃다

209 หัวเราะ หัวเราะ หัวเราะ

[후̌-워́러r] (소리내서) 웃다

210 เมา เมา เมา

[마̄오] (술, 약 따위에) 취하다 / (เมา+교통수단) (차, 비행기, 배 등) 멀미하다

활용 예문

- **แกล้งเมา** 취한 척하다

211 คัด คัด คัด

[칻] 베끼다, 선택(선출)하다, (코가) 막히다, 막다

212 รวย รวย รวย

[루r-워이] 부유하다, 부자이다, 재산이 많다

213 ชนะ ชนะ ชนะ

[차나] 승리하다, 극복하다

214 แพ้ แพ้ แพ้

[패-] 패(배)하다, 알레르기가 있다

215 ผูก ผูก ผูก

[푸-ㄱ] 묶다, 연결하다, 배설이 되지 않다 / 묶음

활용 예문

- **แพ้ชนะ** 승패(승부)가 나다 (승부를 가리다)

216 ดูแล ดูแล ดูแล

[두-ㄹ래-] 감독하다, 보살피다, 돌보다

217 รักษา รักษา รักษา

[락r싸-] 치료(진료)하다, 돌보다, 유지(보수, 보존)하다

218 ทา ทา ทา

[타-] (페인트, 약 등) 바르다, 칠하다, 닦다

219 ตรวจ ตรวจ ตรวจ

[뜨루r-원] 검사(조사, 검열)하다

220 ฉีด ฉีด ฉีด

[치-ㄷ] 분사하다, 주사하다 (놓다)

활용 예문

- **ดูแลรักษา** 돌보다

221 ดี ดี ดี

[디-] 잘하다 / 좋다, 훌륭하다 / <해부>담낭, 쓸개

222 ดีใจ ดีใจ ดีใจ

[디-짜이] 기쁘다, 만족하다

223 โกรธ โกรธ โกรธ

[끄로r-ㄷ] 화를 내다 (화가 나다)

224 ทำให้ ทำให้ ทำให้

[탐하이] ~하게(하도록) 하다, ~시키다 (만들다)

225 งง งง งง

[응옹] 헷갈리다, 당황스럽다 (어리둥절하다), 영문을 모르다

활용 예문

- **ทำให้ดีใจ** 기쁘게 하다

DAY 54 월 일

연결동사 / 합성어 만들어 보기

㉠ 일부러 부딪히다.

แกล้งชน

① 죽은 척하다.

② (소리 내어)웃는 척하다.

③ 이겨본 적이 없다.

④ 돌봐야 한다.

⑤ 거짓말하지 마라.

⑥ 화나게 하다.

⑦ 살해되어 죽다.

⑧ 미소 짓게 하다.

⑨ 취한 것 같다.

⑩ 이기고 싶다.

모범답안

① แกล้งตาย ② แกล้งหัวเราะ ③ ไม่เคยชนะ ④ ต้องดูแล ⑤ ห้ามโกหก

⑥ ทำให้โกรธ ⑦ ถูกฆ่าตาย ⑧ ทำให้ยิ้ม ⑨ รู้สึกเมา ⑩ อยากชนะ

226 เครียด เครียด เครียด

[크리r-얃] 긴장하다 (긴장되다)

227 เป็นห่วง เป็นห่วง เป็นห่วง

[뻰후-웡] 걱정하다 (되다), 근심하다

228 รำคาญ รำคาญ รำคาญ

[람r카-ㄴ] 귀찮다, 짜증나다, 지루하다

229 ลำไย ลำไย ลำไย

[람야이] <속어> 귀찮다, 짜증나다 / (과일) 용안

230 เหงา เหงา เหงา

[응아오] 외롭다, 쓸쓸하다

활용 예문

- **ไม่**[12]**เหงา** 외롭지 않다

231 หวี หวี หวี

[위-] (머리를) 빗다 / 빗 / <분류사> 송이 * 바나나 다발은 เครือ를 사용

232 ตัด ตัด ตัด

[땃] (풀, 나무, 머리, 옷 등을) 자르다, 깎다, 베다

233 สระ สระ สระ

[싸] (머리를) 감다 / 연못 * [싸라r]로 발음할 경우 '모음'의 의미가 있음

234 ว่ายน้ำ ว่ายน้ำ ว่ายน้ำ

[와-이나-ㅁ] 수영하다

235 แปรง แปรง แปรง

[쁘래r-ㅇ] (솔로) 문지르다, 솔질하다 / 솔, (말의) 갈기

활용 예문

- **สระว่ายน้ำ** 수영장

DAY 57 월 일

236 ไม่ต้อง ไม่ต้อง ไม่ต้อง

[마이떵] ~할 필요가 없다, ~하지 않아도 된다

237 ร้อน ร้อน ร้อน

[러r-ㄴ] 끓다 / 뜨겁다, 덥다, (성격 등)급하다, 서두르다

238 เดือด เดือด เดือด

[드-앋] (물이)끓다 / 화내다

239 สุก สุก สุก

[쑥] 익다, 성숙하다

240 สุข สุข สุข

[쑥] (마음이) 편안하다 / 행복(안락)하다

활용 예문

- **เดือดร้อน** 고통스럽다, 마음을 졸이다

241 พัด พัด พัด

[팓] 부채질하다, (바람이)불다 / 부채

242 ผัด ผัด ผัด

[팓] (기름으로) 볶다, (기일, 기간 등) 연기하다 / 볶은 음식

243 ไหม้ ไหม้ ไหม้

[마이] (불에) 타다, (음식 등을) 태우다 / (동음동성이형어) ไม่ ~이 아니다 (부정화소)

244 ต้ม ต้ม ต้ม

[똠] ~끓이다, 조리다, 달이다 / <속어> 속이다

245 ยำ ยำ ยำ

[얌y] 뒤섞다, 버무리다, 무치다

활용 예문

- **ต้มยำ** (음식) 태국식 스프 (찌개)

DAY 59 월 일

246 ทอด ทอด ทอด

^
[터-ㄷ] 튀기다, 던지다, 바치다

247 ปิ้ง ปิ้ง ปิ้ง

^
[삥] (불에 단시간) 살짝 굽다, 토스팅하다

248 ย่าง ย่าง ย่าง

^
[야y-ㅇ] (불에 장시간) 굽다, 로스트(바비큐)하다. / 걷다, 진입하다

249 เผา เผา เผา

v
[파오] (불) 태우다, (숯불에) 굽다, 소각하다, 소멸시키다

250 คน คน คน

—
[콘] (요리) 뒤섞다, 젓다 / 사람 / <분류사> (사람을 셀 때) 명

활용 예문

- **ปิ้งย่าง** (불에) 그슬리다

DAY 60 월 일

연결동사 / 합성어 만들어 보기

ⓔ 외로움을 느끼다.

รู้สึกเหงา

① 걱정할 필요 없다.

⑥ 곤란하게(열받게) 하다.

② 태우지 말아라. (약한 명령) / 타지 않았다.

⑦ 외로운 척하다.

③ 수영을 (시도)해보다.

⑧ 뜨겁지(덥지) 않다.

④ 잘라 두다.

⑨ (이미) 익었다.

⑤ 끓이고(끓고) 있다.

⑩ (머리 등) 자르지 않아도 된다.

모범답안

① ไม่ต้องเป็นห่วง ② ไม่ไหม้ ③ ลองว่ายน้ำ(ดู) ④ ตัดไว้ ⑤ ต้มอยู่

⑥ ทำให้เดือดร้อน ⑦ แกล้งเหงา ⑧ ไม่ร้อน ⑨ สุกแล้ว ⑩ ไม่ต้องตัด

DAY 61 월 일

251 อบ อบ อบ

[옵] 뜸들이다, 숨이 막히다, (요리) 찌다

252 อุ่น อุ่น อุ่น

[운] 따뜻하다, 따뜻하게 하다

253 กอด กอด กอด

[꺼-ㄷ] 포옹하다, 껴안다

254 จูบ จูบ จูบ

[쭈-ㅂ] 입맞추다, 키스하다

255 แสดง แสดง แสดง

[싸대-ㅇ] 표시(표현,표명)하다, (영화,연극 등) 연기하다

활용 예문

- **อบอุ่น** (마음이) 따뜻하다, 포근(훈훈)하다

256 ตั้ง ตั้ง ตั้ง

[땅̂] 세우다, 설치(설립,건립)하다, 유지하다, 승진하다 / ~(씩)이나

257 เหลือ เหลือ เหลือ

[르̌-아] 남(기)다, 많다

258 สู้ สู้ สู้

[쑤̂-] 싸우다, 대항(저항)하다, 노력하다, 참고 견디다

259 ต่อ ต่อ ต่อ

[떠̀-] 연결(연장)하다, (가격 등) 흥정하다 / 계속해서 / ~에 대해(서) / (스포츠) 몇 대 몇의 '대'

260 ไหว ไหว ไหว

[와̌이] 진동하다, 흔들리다 / (동사+ไหว) ~을(를) (육체, 정신적으로 계속) 할 수 있다 (가능)

활용 예문

- **ต่อสู้** 투쟁하다, 싸우다

261 เหมือน เหมือน เหมือน

[므-안] (똑)같다, 닮다 / ~와 같다, ~처럼

262 เสมอ เสมอ เสมอ

[싸므ㅓ-] 지지하다, 평등하다 / 항상, 늘

263 พนัน พนัน พนัน

[파난] 도박하다 / 도박

264 นิยม นิยม นิยม

[니욤y] 좋아(선호, 애호)하다 / (명사+**นิยม**) ~주의 (~ism)

265 ปรับตัว ปรับตัว ปรับตัว

[쁘랍r뚜-워] 적응(순응)하다

활용 예문

- **นิยมพนัน** 도박을 좋아하다 (즐겨하다)

266 จอง จอง จอง

[쩌-ㅇ] 예약(예매)하다

267 ตกใจ ตกใจ ตกใจ

[똑짜이] 놀라다, 두려워하다

268 ทำร้าย ทำร้าย ทำร้าย

[탐라r-이] 해를 가하다, 해치다, 폭행하다

269 เดินทาง เดินทาง เดินทาง

[드ㅓ-ㄴ타-ㅇ] 길을 걷다, 여행하다.<문어체>

270 ไปเที่ยว ไปเที่ยว ไปเที่ยว

[빠이티-여우] 놀러가다, 여행가다 <구어체>

활용 예문

- **อย่า**[102]**ตกใจ** 놀라지 마라

271 กลัว กลัว กลัว

[끌루-워] 무서워(두려워)하다

272 สำคัญ สำคัญ สำคัญ

[쌈칸] 중요(중대)하다

273 แน่ใจ แน่ใจ แน่ใจ

[내-짜이] 확신하다

274 สว่าง สว่าง สว่าง

[싸와-ㅇ] 밝다 / 환하다

275 อวด อวด อวด

[우-웓] 자랑하다, 허풍떨다, 뻐기다, 내세우다

활용 예문

- **ไม่**[12]**แน่ใจ** 확신이 없다 (확실하지 않다)

DAY 66 월 일

연결동사 / 합성어 만들어 보기

㉮ 따스함을 느끼다.
รู้สึกอบอุ่น

① 무서워할 필요없다.

② 도박(하는 것)을 좋아하다.

③ 놀란 것 처럼 보인다.

④ 예약해두다.

⑤ 포옹하고(안고) 싶다.

⑥ 적응해야만 한다.

⑦ 대적할(싸울) 수 없다.

⑧ 놀러가 본 적이 있다.

⑨ (이미) 예약했다.

⑩ 유학하다. (공부를 계속하다)

모범답안

① ไม่ต้องกลัว ② ชอบพนัน ③ ดูเหมือนตกใจ ④ จองไว้ ⑤ อยากกอด
⑥ ต้องปรับตัว ⑦ สู้ไม่ได้ ⑧ เคยไปเที่ยว ⑨ จองแล้ว ⑩ เรียนต่อ

276 ยุ่ง ยุ่ง ยุ่ง

[융y] (실 따위가) 엉클어지다 / 바쁘다, 혼란하다

277 ว่าง ว่าง ว่าง

[와-ㅇ] (시간, 공간 등이) 비다 / 한가하다

278 เว้น เว้น เว้น

[웬] 간격을 띄다, 제거하다, (순서를) 뛰어넘다

279 ยิง ยิง ยิง

[잉y] 사격(발사)하다, 쏘다

280 เปลี่ยน เปลี่ยน เปลี่ยน

[쁠리-얀] 바꾸다 (바뀌다), 변하다 (변화하다)

활용 예문

- **ไม่ต้อง**[236]**เปลี่ยน** 바꿀 필요가 없다

281 กรน กรน กรน

[끄론r] 코를 골다

282 ตด ตด ตด

[똗] 방귀를 뀌다. / 방귀

283 เรอ เรอ เรอ

[르ㅓr-] 트림을 하다

284 นับ นับ นับ

[납] (수 따위를) 세다, 헤아리다, ~라고 생각(간주)하다

285 แบก แบก แบก

[배-ㄱ] (가방 등을) 어깨에 메다, 짊어지다

활용 예문

- **อย่า**[102]**กรน** 코골지 말아라

DAY 69 월 일

286 ขน ขน ขน

[콘] 운반하다, 옮기다 / 털

287 ค้า ค้า ค้า

[카-] 무역(장사)하다

288 ทำบุญ ทำบุญ ทำบุญ

[탐분] (불교)공덕을 쌓다, 공양을 드리다, 적선하다

289 ตักบาตร ตักบาตร ตักบาตร

[딱바-ㄷ] (불교) 시주하다

290 ไหว้ ไหว้ ไหว้

[와이] 절하다, (합장하여) 경의를 표하다

활용 예문

- **ขนลุก**[177] 소름이 돋다 (털이 곤두서다)

DAY 70 월 일

291 พลาด พลาด พลาด

[플라^-ㄷ] 목표에서 벗어나다, 실수하다, (기회 따위를) 놓치다

292 แปล แปล แปล

[쁠래-] 번역(해석)하다, 의미하다

293 สังเกต สังเกต สังเกต

[쌍께-ㄷ] 관찰(주시)하다 / 규정, 약정

294 เพิ่ม เพิ่ม เพิ่ม

[프ㅓ-ㅁ] 추가(첨가, 증가)하다

295 ลด ลด ลด

[롣] 줄(어들)다, 줄이다, 내려가다, 감소하다, 저하하다

활용 예문

- **สั่ง**[119]**เพิ่ม** 추가로 주문하다

296 ฝาก ฝาก ฝาก

[퐈f-ㄱ] 맡기다, 부탁하다

297 รวม รวม รวม

[루r-웜] 합하다, 모으다, 모이다, 함께하다

298 ร่วม ร่วม ร่วม

[루r-웜] 참여(참가)하다, 협동(협력)하다, (놀이 등에)끼다 / 공동의, 연합의

299 ร่วง ร่วง ร่วง

[루r-웡] (물건 등이) 떨어지다, 낙하하다./ 반짝거리다

300 ระวัง ระวัง ระวัง

[라r왕] 조심(주의)하다

활용 예문

- **เข้า[129]ร่วม** (회의 등에) 참여(참가)하다

DAY 72 월 일

연결동사 / 합성어 만들어 보기

㉳ 공양 드리러 가다.

ไปทำบุญ

① ~라고 해석(의미)하다.

② 잘 살펴보다. (관찰하여 보다)

③ 바쁘지 않다.

④ 신봉하다. (믿다)

⑤ 방귀뀌고 싶다.

⑥ 트림하지 말아라.

⑦ (실수로) 잘못하다.

⑧ 조심히 걷다.

⑨ 운반(운송)하다.

⑩ ~라고 여기다. (간주하다)

모범답안

① แปลว่า ② สังเกตดู ③ ไม่ยุ่ง ④ นับถือ ⑤ อยากตด

⑥ อย่าเรอ ⑦ ผิดพลาด ⑧ เดินระวัง ⑨ ขนส่ง ⑩ นับว่า

301 แต่งหน้า แต่งหน้า แต่งหน้า

[땡나-] 화장(메이크업)하다

302 แต่งตัว แต่งตัว แต่งตัว

[땡뚜-워] 옷을 입다 (치장하다)

303 เลื่อน เลื่อน เลื่อน

[르-안] 이동시키다, (일시를) 연기하다, 미루다, (계급 등) 승진하다 / (눈)썰매

304 กำจัด กำจัด กำจัด

[깜짣] 박멸(소멸, 소탕)하다, 처리하다

305 จำกัด จำกัด จำกัด

[짬깓] 제한(한정)하다, 규제하다, 감금(구속)하다

활용 예문

- **เลื่อนนัด**[124] 약속을 연기하다 (미루다)

306 บำรุง บำรุง บำรุง

[밤룽r] 육성(보호)하다, (상태를) 유지하다, 보양하다

307 บำบัด บำบัด บำบัด

[밤받] 치료하다, (병 등) 고치다

308 พัฒนา พัฒนา พัฒนา

[팓타나-] 발전(발달, 개발)하다

309 น้อยใจ น้อยใจ น้อยใจ

[너-이짜이] 섭섭(서운)하다, 야속하다

310 เวียน เวียน เวียน

[위-얀] 회전(순환)하다 ,주위를 돌다

활용 예문

- **บำรุงรักษา**[217] 보호(보수, 유지)하다

311 ผสม ผสม ผสม

[파쏨] 섞다, 혼합하다, 교배하다

312 ทักทาย ทักทาย ทักทาย

[탁타-이] 인사하다, 인사를 건네다

313 สงสาร สงสาร สงสาร

[쏭싸-ㄴ] 불쌍하(게 생각)하다 / 가엾다, 딱하다

314 ก้ม ก้ม ก้ม

[꼼] (고개나 몸을)숙이다, (허리 등을) 굽히다

315 ปล่อย ปล่อย ปล่อย

[쁠러이] 풀어주다, 방치하다, (내버려)두다

활용 예문

- **ปล่อยวาง**[133] 놓아두다(놓아주다), 내려놓다, 단념하다

316 ละลาย ละลาย ละลาย

[라ㄹ라-이] 녹다, 용해되다

317 ไหล ไหล ไหล

[라이] (물, 눈물 등) 흐르다

318 ท่วม ท่วม ท่วม

[투-웜] (물 등이) 넘치다, 샘솟다, 가득차다

319 ทวง ทวง ทวง

[투-웡] (빌려간 것 등을) 청구(요청, 독촉, 재촉, 채근)하다

320 ปลอบใจ ปลอบใจ ปลอบใจ

[쁠러-ㅂ짜이] 위로하다, 달래다, 다독거리다

활용 예문

- **ปลอบใจให้**[111] 위로해주다

321 ตามใจ ตามใจ ตามใจ

[따-ㅁ짜이] 마음(내키는)대로 하다

322 ยอม ยอม ยอม

[여y-ㅁ] 인정(동의, 승락, 허락)하다

323 เปรียบ เปรียบ เปรียบ

[쁘리r-얍] 비교하다. / ~와 유사(비슷)하다

324 ไว้ใจ ไว้ใจ ไว้ใจ

[와이짜이] (마음이 놓여서) 믿다 (신뢰하다), 든든하다 (안심하다)

325 โต โต โต

[또-] (사람, 식물, 동물 등) 자라다, 성장하다, 크다

활용 예문

- **ยอมรับ**[132] 인정(승인)하다, 받아들이다

DAY 78 월 일

연결동사 / 합성어 만들어 보기

예 개발되(어지)다.

พัฒนาขึ้น

① 개발(발전)중이다.

② 인사해야 한다.

③ 화장(메이크업) 할 것이다.

④ (이미) 개발되었다.

⑤ 받아들이지(인정하지) 않다.

⑥ 제거(박멸)되다.

⑦ (빙 둘러서 둥글게) 걷다.

⑧ 미루지 말아라.

⑨ 받아들이지(인정하지) 말아라.

⑩ 가서 (가볍게) 인사하다.

모범답안

① กำลังพัฒนา ② ต้องทักทาย ③ จะแต่งหน้า ④ พัฒนาแล้ว ⑤ ไม่ยอม

⑥ ถูกกำจัด ⑦ เดินเวียน ⑧ อย่าเลื่อน ⑨ อย่ายอม ⑩ ไปทักทาย

DAY 79　　월　　일

326 วาด วาด วาด

[와-ㄷ] (그림) 그리다

327 ถูกใจ ถูกใจ ถูกใจ

[투-ㄱ짜이] 마음에 들다 (들어맞다)

328 ถูกปาก ถูกปาก ถูกปาก

[투-ㄱ빠-ㄱ] 입맛에 맞다. (입에 들어맞다), 맛있다

329 หุบปาก หุบปาก หุบปาก

[훕빠-ㄱ] 입을 다물다 (닫다) / <속어> 닥쳐! (입 다물어!)

330 สับ สับ สับ

[쌉] (잘게 다지어) 썰다, 비틀다, 꼬다

활용 예문

- **ไม่ถูกใจ**[12] 마음에 들지 않는다

331 ชัก ชัก ชัก

[착] 잡아당기다, 유인하다 / (의학) 경련을 일으키다

332 แขวน แขวน แขวน

[크웨-ㄴ] 매달다, 걸다

333 หาว หาว หาว

[하-우] 하품하다

334 ปรับ ปรับ ปรับ

[쁘랍r] 조절하다, 벌금을 과하다, 벌하다

335 ปรุง ปรุง ปรุง

[쁘룽r] 조리하다, 맛을 내다

활용 예문

- **ปรับปรุง** 개선(조정)하다, (건물) 리모델링하다

336 กด กด กด

[꼳̀] 누르다, 억압하다

337 คับ คับ คับ

[캅́] 갑갑하다 / (옷, 신발 등) 꽉끼다

338 เคยชิน เคยชิน เคยชิน

[크ㅓ̄-이친̄] (얼굴, 장소 등) 익숙하다

339 เคี้ยว เคี้ยว เคี้ยว

[키-여́우] (입으로) 씹다 / 구불어지다, 구불부굴하다

340 กลืน กลืน กลืน

[끌르̄-ㄴ] 삼키다, 흡수하다

활용 예문

- **เคี้ยวไม่ได้**[24] 씹을 수 없다

341 บด บด บด

[볻] 으깨다, 빻다, 갈다

342 ตำ ตำ ตำ

[땀] (절구 등에) 찧다, (가시 등에) 찔리다, 박히다

343 แทง แทง แทง

[태-ㅇ] (칼 등으로) 찌르다, (당구)치다, (내기 등에) 돈을 걸다

344 โรย โรย โรย

[로r-이] (솔솔) 뿌리다, (꽃이) 시들다

345 สั่น สั่น สั่น

[싼] 진동하다, 떨리다, 흔들(리)다

활용 예문

- โดน[156]แทง (칼 등에)찔리다

346 ระบาย ระบาย ระบาย

[라r바-이] (색을) 칠하다, (스트레스 등) 풀다, 배수하다

347 ลา ลา ลา

[라-] 떠나다 / 당나귀

348 ชง ชง ชง

[총] (커피, 차 타위를) 타다, (약하게) 풀어서 젓다

349 เติม เติม เติม

[뜨ㅓ-ㅁ] (기름, 가스, 배터리 등) 채우다, 추가하다, 넣다

350 เต็ม เต็ม เต็ม

[뗌] (가득)차다 / 가득하다

활용 예문

- **ลาออก**[130] 퇴직(사직, 자퇴, 사임, 은퇴)하다

351 เรียบ เรียบ เรียบ

[리r-얍] (바닥 등) 고르다, 편편하다, 말쑥(깔끔)하다

352 เรียง เรียง เรียง

[리r-양] 배열하다, 늘어서다, 구성하다

353 ขยาย ขยาย ขยาย

[카야y-이] (사업이나 크기 등을) 확대(확장)하다, 드러내다, 늘리다 / (문법) 수식하다

354 กำหนด กำหนด กำหนด

[깜놋] 제한(한정)하다, 규정하다 / 규정, 법규, 법령

355 งด งด งด

[응옫] 삼가다, 끊다, 중지(취소)하다, 기권하다, 면제하다, 금욕하다

활용 예문

- **เรียบเรียง** (책 등을) 편집(편찬, 편저)하다, 엮다, 구성하다

356 แข็ง แข็ง แข็ง

[캥] (얼음 등) 얼다 / 단단(딱딱)하다, 강하다, 튼튼하다

357 แรง แรง แรง

[래r-ㅇ] 힘을 쓰다 / (바람, 냄새 등이) 세다 / 힘, 체력, 기운

358 แก้ แก้ แก้

[깨-] 수정(정정)하다, 수리(수선)하다, 고치다, (매듭 등) 풀다, 해결하다, 변명하다

359 คัน คัน คัน

[칸] 가렵다 / (자동차, 우산, 포크, 숟가락 등을 세는) 분류사

360 เกา เกา เกา

[까오] (가려운 곳을) 긁다

활용 예문

- **แข็งแรง** 건강하다, 튼튼(견고)하다

DAY 86 월 일

361 ถอน ถอน ถอน

[터-ㄴ] (이빨 등) 뽑다, (돈) 인출하다, 찾다

362 ทอน ทอน ทอน

[터-ㄴ] (돈) 거슬러주다 / 줄이다 (삭감하다)

363 ลอย ลอย ลอย

[러-이] (물 등에) 뜨다, 표류하다 / 방황하다

364 หวัง หวัง หวัง

[왕] 희망하다, 바라다

365 ขยัน ขยัน ขยัน

[카얀y] 부지런하다, 열심히~하다

활용 예문

- **ไม่ต้อง**[236]**ทอน** (잔돈을) 거슬러 주지 않아도 된다

DAY 87 월 일

연결동사 / 합성어 만들어 보기

㉠ 삼킬 수 없다.
กลืนไม่ได้

① (옷 등을) 걸어 두다.

⑥ (수면 등의 위로) 떠오르다.

② 누르지 말아라.

⑦ ~하기를 바라다. (희망하다)

③ 가서 충전할(채울) 것이다.

⑧ 부지런해야 한다.

④ (이미)가득 찼다.

⑨ 무한리필 (제한이 없다)

⑤ 고칠(수정할) 수 없다.

⑩ 낯설다. (익숙하지 않다)

모범답안

① แขวนไว้ ② อย่ากด ③ จะไปเติม ④ เต็มแล้ว ⑤ แก้ไม่ได้
⑥ ลอยขึ้น ⑦ หวังว่า ⑧ ต้องขยัน ⑨ ไม่กำหนด ⑩ ไม่เคยชิน

색인 및 복습

본문에 수록되어 있는 **365개의 동사들**을 태국어 사전의 자음 순서대로 배열하였으며, **각 단어들의 의미**를 본문에서 찾아 적으면서 복습해 보세요.

1~30

กด[336]

ก้ม[314]

กรน[281]

กลับ[147]

กลัว[271]

กลืน[340]

กอด[253]

กัด[201]

กัน[98]

ก้าว[83]

กำจัด[304]

กำนัน[99]

กำเนิด[97]

กำลัง[36]

กำหนด[354]

กิน[10]

เกา[360]

เกิด[96]

แก้[358]

แกล้ง[206]

โกรธ[223]

โกหก[204]

ขน[286]

ขโมย[205]

ขยัน[365]

ขยาย[353]

ขอ[116]

ขับ[112]

ขาด[197]

ข้าม[146]

31~60

ขาย[107]

ขี่[113]

ขี้เกียจ[180]

ขึ้น[114]

เข้า[129]

เข้าใจ[53]

เขียน[77]

แข็ง[356]

แขวน[332]

คน[250]

ควร[57]

คอย[88]

คัด[211]

จด[78]

คัน[359]

คับ[337]

ค้า[287]

คิด[51]

คืน[60]

คือ[2]

เคย[35]

เคยชิน[338]

เครียด[226]

เคี้ยว[339]

ฆ่า[202]

งง[225]

งด[355]

ง่วง[29]

จบ[66]

จม[75]

61~90

จอง[266]

จอด[105]

จะ[9]

จับ[158]

จาม[48]

จ่าย[121]

จำ[47]

จำกัด[305]

จูบ[254]

เจ็บ[191]

เจอ[34]

ฉาย[122]

ฉีด[220]

ชก[172]

ชง[348]

ชน[203]

ชนะ[213]

ชวน[127]

ช่วย[128]

ชอบ[14]

ชัก[331]

ชิม[69]

เช็ด[183]

เช่า[123]

เชิญ[126]

ใช่[11]

ใช้[59]

ซ่อม[110]

ซัก[186]

ซื้อ[106]

91~120

ดม[161]

ด่า[160]

ดี[221]

ดีใจ[222]

ดึง[153]

ดื่ม[70]

ดู[16]

ดูแล[216]

เดิน[71]

เดินทาง[269]

เดือด[238]

โดน[156]

ได้[6]

ได้กลิ่น[162]

ได้ยิน[20]

ตก[74]

ตกใจ[267]

ตด[282]

ต้ม[244]

ตรวจ[219]

ต่อ[259]

ต้อง[56]

ต้องการ[8]

ตอบ[82]

ตักบาตร[289]

ตั้ง[256]

ตัด[232]

ตาก[187]

ตาม[79]

ตามใจ[321]

121~150

ตาย[207]

ตำ[342]

ติด[134]

ตี[173]

ตื่น[175]

เต็ม[350]

เตะ[174]

เติม[349]

แต่งงาน[199]

แต่งตัว[302]

แต่งหน้า[301]

โต[325]

ถอน[361]

ถาม[81]

ถ่าย[103]

ถึง[52]

ถือ[136]

ถู[184]

ถูก[157]

ถูกใจ[327]

ถูกปาก[328]

ทวง[319]

ท่วม[318]

ทอด[246]

ทอน[362]

ทะเลาะ[171]

ทักทาย[312]

ทา[218]

ทำ[3]

ทำงาน[61]

151~180

ทำบุญ[288]

ทำร้าย[268]

ทำให้[224]

ทำอาหาร[95]

ทิ้ง[159]

แทง[343]

นวด[195]

นอน[26]

น้อยใจ[309]

นั่ง[91]

นัด[124]

นับ[284]

นิยม[264]

นุ่ง[45]

แน่ใจ[273]

บด[341]

บอก[22]

บำบัด[307]

บำรุง[306]

บิน[148]

แบก[285]

ปรับ[334]

ปรับตัว[265]

ปรุง[335]

ปลอบใจ[320]

ปล่อย[315]

ปลุก[176]

ปลูก[179]

ปวด[192]

ป้อง[100]

ปั่น[168]

ปิ้ง[247]

ปิด[152]

เป็น[1]

เป็นห่วง[227]

เปรียบ[323]

เปลี่ยน[280]

เป่า[169]

เปิด[151]

แปรง[235]

แปล[292]

ไป[4]

ไปเที่ยว[270]

ผลัก[154]

ผสม[311]

ผ่อน[90]

ผัด[242]

ผ่าน[149]

ผิด[55]

ผูก[215]

เผย[155]

เผา[249]

ฝัน[28]

ฝาก[296]

ฝึก[166]

พนัน[263]

พบ[33]

พยัก[67]

พยายาม[170]

พลาด[291]

211~240

พัก[89]

พัง[108]

พัฒนา[308]

พัด[241]

พับ[188]

พา[118]

พูด[21]

เพิ่ม[294]

แพ้[214]

ฟัง[19]

มอง[18]

มา[5]

มี[58]

เมา[210]

เมื่อย[193]

ไม่[12]

ไม่ใช่[13]

ไม่ได้[24]

ไม่ต้อง[236]

ยก[80]

ยอม[322]

ย่อย[145]

ย่าง[248]

ยำ[245]

ยิง[279]

ยิ้ม[208]

ยืน[92]

ยื่น[93]

ยืม[94]

ยุ่ง[276]

241~270

ร่วง[299]

รวย[212]

รวม[297]

ร่วม[298]

รอ[87]

ร้อง[86]

ร้อน[237]

ระบาย[346]

ระบาด[182]

ระวัง[300]

รัก[196]

รักษา[217]

รับ[132]

รำคาญ[228]

รีด[189]

รีบ[181]

รู้[31]

รู้จัก[32]

รู้เรื่อง[54]

รู้สึก[30]

เธอ[283]

เริ่ม[62]

เรียก[80]

เรียง[352]

เรียน[38]

เรียบ[351]

แรง[357]

โรย[344]

ลง[115]

ลงทุน[198]

271~300

ลด[295]

เลย[150]

ว่ายน้ำ[234]

ลอง[68]

เล่า[23]

วิ่ง[72]

ลอย[363]

เลิก[65]

เว้น[278]

ละลาย[316]

เลี้ยง[120]

เวียน[310]

ลา[347]

เลื่อน[303]

ไว้[135]

ล้าง[185]

แล้ว[41]

ไว้ใจ[324]

ลำไย[229]

ว่า[25]

ส่ง[131]

ลืม[46]

วาง[133]

สงสัย[84]

ลุก[177]

ว่าง[277]

สงสาร[313]

เล่น[15]

วาด[326]

สนใจ[85]

301~330

สระ[233]	สาย[42]	ใส่[43]
สวม[44]	สำคัญ[272]	หนี[73]
สว่าง[274]	สำเร็จ[64]	หย่า[200]
สอน[39]	สุก[239]	หยิก[140]
สอบ[40]	สุข[240]	หยิบ[139]
สั่ง[119]	สู้[258]	หยุด[104]
สังเกต[293]	เสมอ[262]	หลับ[27]
สัญญา[125]	เสร็จ[63]	หวัง[364]
สั่น[345]	เสีย[109]	หวี[231]
สับ[330]	แสดง[255]	หอม[163]

331~360

หัด[167]	เห็น[17]	ไหว้[290]
หัวเราะ[209]	เหนื่อย[194]	อดทน[144]
หา[49]	เหม็น[164]	อบ[251]
ห้าม[101]	เหมือน[261]	อย่า[102]
หาย[50]	เหลือ[257]	อยาก[7]
หาว[333]	แห้ง[190]	อยู่[37]
หิว[141]	ให้[111]	อวด[275]
หิ้ว[138]	ไหม้[243]	ออก[130]
หุบปาก[327]	ไหล[317]	อ่าน[76]
เหงา[230]	ไหว[260]	อาบน้ำ[178]

361~365

อาย[165]

อึดอัด[143]

เอา[117]

อิ่ม[142]

อุ่น[252]